ഇനിയും ജനിച്ചീടാം

സ്വർണ കെ

ISBN 979-888530015-5

എന്റെ മഹാദേവന്

ഉള്ളടക്കം

ആമുഖം   vii

1. അടർന്നു വീഴുന്ന ഘടികാരസൂചികൾ   1

2. പറയാൻ ബാക്കി വച്ചതെന്താണ്   2

3. പ്രണയത്തിന്റെ അലകൾ, വിരഹമൊടുങ്ങാത്ത കനലുകൾ   4

4. എൻ കൽമണ്ഡപങ്ങളിൽ ഞാൻ കാത്തിരുന്നപ്പോൾ   6

5. ചായക്കൂട്ടുകളെ പ്രണയിക്കുമ്പോൾ   7

6. നൂപുരധ്വനികളിലൂടെ   9

7. പ്രണയിക്കുക ജീവിതത്തെ   10

8. ശ്രീ ഒ എൻ വി കുറുപ്പിന്റെ ഓർമയ്ക്   14

9. ഓർമകളിലൂടെ   16

10. എന്തെ നീ ഇങ്ങനെ   17

11. നിനക്കായ് തുടിക്കുന്നുവെന്നന്തരംഗം   18

12. ജീവിതമേ നർത്തനം   19

13. സ്നേഹിക്കുവാൻ കേഴുന്ന മനസ്സുകൾക്കായ്   21

14. ഞാൻ ഒരു പെൺകിടാവ് ഞാൻ ഒരു പെൺകിടാവ്   22

15. മയിലും ഞാനും   24

16. കൊറോണ   26

17. ദേവിസ്തുതി   28

18. ഇനിയും ജനിച്ചീടാം   29

19. നിനക്കായി ഈ ഗാനം   31

ആമുഖം

പ്രണയം അത് പ്രകൃതിയാണ് . പ്രണയം അത് ഭക്തിയാണ് . പ്രണയം അത് പ്രതീക്ഷയാണ് , പ്രണയം അത് പ്രചോദനം ആണ്,പ്രണയം അത് അതിരുകളില്ലാത്ത ഭ്രമാത്മകതയാണ്. പ്രണയം അത് ജീവിതത്തോടും ആണ്. അങ്ങനെ പ്രണയിക്കുമ്പോൾ പ്രപഞ്ചം മുഴുവൻ നമ്മെ പ്രണയിക്കുന്നതായി കാണാം . നമുക്ക് വേണ്ടി ഈ ലോകത്തിനു വേണ്ടി പ്രണയിച്ചു കൊണ്ടേ ഇരിക്കാം. എന്റെ പ്രണയം അക്ഷരങ്ങളിൽ ചാലിച്ചു എഴുതിയ കവിതകൾ

1. അടർന്നു വീഴുന്ന ഘടികാരസൂചികൾ

അടർന്നു വീഴുന്ന ഘടികാരസൂചികൾ
സമയമെന്ന പ്രഹേളികയുടെ ഉത്തരങ്ങൾ
അടർന്നു വീഴുന്ന ഘടികാരസൂചികൾ
അവയ്ക്കൊപ്പം തളർന്നു വീഴുന്ന ആത്മനൊമ്പരങ്ങൾ
സമയമെന്ന പ്രഹേളികയുടെ ഉത്തരങ്ങൾ
ഇനി എന്തെഴുതണമെന്നു അറിയാതെ
ബാക്കിവച്ച ആത്മകഥകൾ
ഇടയിൽ നിന്ന് കിതയ്ക്കുന്ന മനുഷ്യക്കോലങ്ങൾ
സമയമെന്ന പ്രഹേളികയുടെ ഉത്തരങ്ങൾ
പൂമൊട്ടായ് ഉദിച്ചു പൂവായ്‌വിരിഞ്ഞു
കൊഴിഞ്ഞസ്തമിക്കുന്ന ഇതളുകൾ
സമയമെന്ന പ്രഹേളികയുടെ ഉത്തരങ്ങൾ
പഴുത്തില വീഴുമ്പോൾ ചിരിക്കുന്ന പച്ചിലകൾ
സമയമെന്ന പ്രഹേളികയുടെ ഉത്തരങ്ങൾ
വിരഹമായ് മറഞ്ഞ പ്രണയസംഗീതങ്ങൾ
സമയമെന്ന പ്രഹേളികയുടെ ഉത്തരങ്ങൾ
ഇന്നലെകളുടെ നിറമറ്റ സ്വപ്നങ്ങൾ
നാളേക്കായ് നെയ്യുന്ന പ്രതീക്ഷകൾ
അവയിൽ മറന്നാടുന്ന അരങ്ങുകൾ
സമയമെന്ന പ്രഹേളികയുടെ ഉത്തരങ്ങൾ
കാലചക്രത്തിന്റെ തേരിൽ കിതയ്ക്കുമ്പോൾ
അടർന്നു വീഴുന്ന ഘടികാരസൂചികൾ
സമയമെന്ന പ്രഹേളികയുടെ ഉത്തരങ്ങൾ

2. പറയാൻ ബാക്കി വച്ചതെന്താണ്

ചക്രവാളത്തിൽ പറന്നകന്നു പോകുന്ന പക്ഷി
പറയാൻ ബാക്കി വച്ചതെന്താണ്.
തുടുത്തു ചുവന്ന ആകാശത്തിൽ അണയാൻ പോകുന്ന
പകലിന്റെ ഓർമകൾക്കൊപ്പം അത് പറന്നകലുകയാണ്,
വരാനിരിക്കുന്ന ഇരുട്ടിനു മുൻപ് കൂടണയാൻ.
പ്രഭാതത്തിന്റെ കുളിർമയിൽ അത് പൂക്കൾക്കിടയിൽ നിന്ന്
തന്റെ ഇണയോടൊപ്പം പാടിയിരിക്കാം.
ഉച്ചവെയിലിന്റെ കാഠിന്യത്തിൽ അത്
മരച്ചില്ലകളിൽ വിശ്രമിച്ചിരിക്കാം.
പുഴയും   കരയും   കടന്നു   കുന്നിൻചെരുവുകളിൽ
പാറിപ്പറന്നിരിക്കാം..
വരണ്ടുണങ്ങിയ വയലോരങ്ങൾ അതിനെ വേദനിപ്പിച്ചിരിക്കാം
പ്രകൃതിയെ മറന്ന മക്കളെ ഓർത്തു നെടുവീർപ്പിട്ടിരിക്കാം.
വരാനിരിക്കുന്ന വിപത്തുകളെ ഓർത്തു ഭയന്നിരിക്കാം.
തിരക്ക് പിടിച്ച മനുഷ്യജീവിതത്തെ ഓർത്തു
അത് ആശ്ചര്യപ്പെട്ടിരിക്കാം.
എന്നും വന്നിരിക്കാറുള്ള തണൽമരങ്ങൾ
വെട്ടിമുറിക്കപ്പെട്ടത് കൊണ്ട് പകച്ചിരിക്കാം.
ആകാശങ്ങളിൽ സ്വാതന്ത്ര്യത്തോടെ പറന്നു നടക്കുമ്പോൾ
ഭൂമി   മാത്രം   സ്വന്തം   ആയവരെ   ഓർത്തു   അത്
സഹതപിച്ചിരിക്കുമോ.
വെളിച്ചത്തിലും   ഇരുട്ടു   തേടുന്നവരെക്കണ്ടു
അദ്ഭുതപ്പെട്ടിരിക്കുമോ.

ചന്ദ്രഗോളം കീഴടക്കിയ മനുഷ്യരെ ഓർത്തു അതിന്
അഭിമാനമായിരിക്കുമോ.
അതോ മണ്ണിനെയും മഴയെയും മറന്നവരോടുള്ള പുച്ഛരമോ.
മരച്ചില്ലകളെ വെട്ടിമുറിക്കുന്ന കോടലികളോടുള്ള ഭയമോ.
വരണ്ടു തീർന്ന പുഴയെ നോക്കിയുള്ള ആത്മനൊമ്പരമോ.
ഒടുവിൽ സായാഹ്നത്തിന്റ ചുവപ്പണിയുന്ന
ആകാശത്തിന്റെ വിരഹമറിയുമ്പോൾ
തന്റെ ഇണയെ ഓർത്തു അതിന്റെ
നെഞ്ചൊന്നു പിടഞ്ഞിരിക്കുമോ
ഒന്ന് കൂടി തിരിഞ്ഞു നോക്കി നെടുവീർപ്പിട്ടു
തന്റെ കൂട്ടിലേക്ക് പറന്നകലുമ്പോൾ
അത് പറയാൻ ബാക്കി വച്ചത് എന്താണ്.
ചക്രവാളത്തിൽ പറന്നകന്നു പോകുന്ന പക്ഷി
പറയാൻ ബാക്കി വച്ചതെന്താണ്.

3. പ്രണയത്തിന്റെ അലകൾ, വിരഹമൊടുങ്ങാത്ത കനലുകൾ

നിനക്കായി ജന്മങ്ങൾ ഏകും
നിനക്കായി മാത്രം ഞാൻ ഉണരും
നിൻ ഗംഗാ പ്രവാഹങ്ങളിൽ
ജന്മാന്തരങ്ങൾ അലിഞ്ഞു ചേരും
ചന്ദ്രകലാധാരാ നിൻ ജട പുൽകുവാൻ
നറുനിലാവെന്റെ പ്രണയമാവും.
നിനക്കായി നൈവേദ്യമെൻ ജന്മങ്ങൾ
ആടി തളർന്നു ഞാൻ അണയും
നിൻ ഡമരുവിൻ അമൃതമാം താളം
എൻ ചിലങ്ക തൻ പുനർജനി നാദം
എൻ ജന്മാന്തരങ്ങളിൽ ഞാനലഞ്ഞു
നിൻ ആത്മരംഗങ്ങളിൽ ഞാൻ അലിഞ്ഞു
നിൻ വിരഹഗീതങ്ങളിൽ ഞാൻ നിറഞ്ഞു.
എൻ ശ്വാസമിവിടെ അണഞ്ഞേക്കാം
നിൻ നാദമെന്നിൽ തുടിച്ചിരിക്കും
ഇതളറ്റു ഞാൻ കൊഴിഞ്ഞേക്കാം
നിൻ ഗന്ധമെന്നിൽ നിറഞ്ഞു നിൽക്കും
ആ ദിവ്യമന്ത്രപ്രവാഹങ്ങളെന്നുമെൻ
ആത്മാവിലലിഞ്ഞു നിറഞ്ഞു നിൽക്കും
എൻ പ്രണയമലകളായ് ആർത്തലയ്ക്കും
എൻ വിരഹമാളിപടരും പ്രളയമാവും
എൻ ശ്വാസമിവിടെ അണഞ്ഞേക്കാം

നിൻ നാദമെന്നിൽ തുടിച്ചിരിക്കും
എൻ ശ്വാസമിവിടെ അണഞ്ഞേക്കാം
നിൻ നാദമെന്നിൽ തുടിച്ചിരിക്കും
അലകളായ് ആ നാദം ആർത്തലയ്ക്കും
ആളിപ്പടർന്നൊരു പ്രളയമാവും
ചന്ദ്രകലാധാരാ നിൻ ജട പുൽകുവാൻ
നറുനിലാവെന്റെ പ്രണയമാവും
ആടി തളർന്നു ഞാൻ അണയും
ആളി പടർന്നു ഞാൻ പ്രളയമാവും
എൻ ശ്വാസമിവിടെ അണഞ്ഞേക്കാം
നിൻ നാദമെന്നിൽ തുടിച്ചിരിക്കും
നിനക്കായി ജന്മങ്ങൾ ഏകും
നിനക്കായി മാത്രം ഞാൻ ഉണരും

4. എൻ കൽമണഡപങ്ങളിൽ ഞാൻ കാത്തിരുന്നപ്പോള്

എനിക്ക് വേണ്ടി ചിത്രങ്ങളെഴുതാൻ

ആകാശങ്ങളിൽ ചായങ്ങളുദിക്കുമോ

എനിക്ക് വേണ്ടി സ്വരങ്ങളുതിർക്കാൻ

കിളിപ്പാട്ടുകൾ ഇനിയുമുണരുമോ

എനിക്ക് വേണ്ടി ചിലങ്ക കെട്ടുവാൻ

കൽമണഡപങ്ങൾ ഇനിയുമുയരുമോ

എൻ കിനാകളിൽ സുഗന്ധം പരത്തുവാൻ

പുഞ്ചിരിച്ചു കൊണ്ടാ പൂക്കൾ വിടരുമോ

ആ ചായങ്ങളാൽ സ്വരങ്ങളാൽ പൂക്കളാൽ

കൽമണഡപങ്ങളാൽ പുതുകാവ്യം രചിക്കുമോ

എൻ കൽമണഡപങ്ങളിൽ നീയുമണയുമോ

5. ചായക്കൂട്ടുകളെ പ്രണയിക്കുമ്പോൾ

ചായക്കൂട്ടുകൾക് പ്രണയത്തിന്റെ വശ്യതയുണ്ട്.
എന്റെ പ്രണയത്തിനു ചായക്കൂട്ടുകളുടെ മാസ്മരികതയുണ്ട്.
ഒടിഞ്ഞു നുറുങ്ങിയ വളപൊട്ടുകൾക്ക്,
പുസ്തകതാളിലെ മയിൽപ്പീലികൾക്,
തൊടിയിൽ വിതറികിടക്കുന്ന മഞ്ചാടിക്കുരുകൾക്ക്,
അവയിലെ നിഗൂഢതയ്ക്കു
മനസിനെ പിടിച്ചുവലിക്കുന്ന ശക്തിയുണ്ട്.
പൂവും പൂമ്പാറ്റയും കാണുമ്പോൾ
ഒരു കുഞ്ഞിന്റെ മുഖത്തുണരുന്ന
ആഹ്ലാദവും നിഷ്കളങ്കമായ ചിരിയും
ആരു പറഞ്ഞിട്ടായിരിക്കും
രാവിൽ പെയ്തിറങ്ങുന്ന നിലാവിനോളം
മോഹിപ്പിക്കുന്ന കാഴ്ചകൾ വേറെയുണ്ടോ
വെണ്ണക്കൽ വിഗ്രഹങ്ങൾ പോലെ തിളങ്ങുന്ന മണ്ണും മരവും,
പാദസരത്തിന്റെ കിലുക്കം പോലെ തിരയടിച്ചുയരുന്ന കടലും
പ്രണയത്തിന്റെ പാരവശ്യത്തിന്റെ തീക്ഷണതയിലാണ്.
കടലിന്റെ പ്രണയത്തിനു അതിരുകളില്ല.
ചക്രവാളങ്ങളോളം നിറഞ്ഞുതുളുമ്പുന്ന സമുദ്രത്തിന്റെ
വികാരത്താൽ മോഹിതരവാത്ത കവികളുണ്ടോ.
മഴവില്ലിന്റെ നിറപ്പകിട്ടിൽ കൗതുകം തോന്നാത്ത
മനസുകളുണ്ടോ.
പുതുമഴയിൽ കുളിരുന്ന പുൽകൊടിയിലും
കിതയ്ക്കുന്ന മണ്ണിന്റെ നിശ്വാത്തിലും,
പൂക്കാലത്തിന്റെ വരവറിയിക്കുന്ന കുയിൽനാദത്തിലും

വിടരാൻ വെമ്പുന്ന പൂമൊട്ടുകളുടെ മന്ദഹാസത്തിലും
എന്റെ പ്രണയത്തിന്റെ സ്പന്ദനങ്ങളുണ്ട്.
ഗ്രീഷ്മത്തിന്റെയും എരിയുന്ന വെയിലിന്റെയും ഓർമകളിൽ
വിരഹത്തെക്കുറിച്ചുള്ള ആകുലതയുണ്ട്.
പ്രണയത്തിനു അതിരുകളുണ്ടോ.
എന്റെ പ്രണയത്തിനു അതിരുകളില്ല.
ചായക്കൂട്ടുകളെ പോലെ.
അവ   നിർമിക്കുന്ന   ചിത്രങ്ങൾക്കും   വർണങ്ങൾക്കും
അതിരുകളില്ല
.ചായക്കൂട്ടുകൾക് പ്രണയത്തിന്റെ വശ്യ തയുണ്ട്.
എന്റെ പ്രണയത്തിനു ചായക്കൂട്ടുകളുടെ മാസ്മരികതയുണ്ട്

6. നൂപുരധ്വനികളിലൂടെ

ഇനിയും ഞാനലിഞ്ഞിടാം മൃതിയിലും തമസ്സിലും
പ്രണയമായ് അഗ്നിയായ് നീ പുനർജ്ജനിയേകുവിൽ
ഇനിയുംനിൻ ഡമരുവിൽ സാമഗീതങ്ങൾ ഉയരും
അതിലലിയാനായ് എൻ ചിലങ്കകൾ
ഇനിയും പുനർജ്ജനിക്കും
ഓംകാരനാദമായ് നിന്റെ പ്രണവ മന്ത്രങ്ങളുയരും
മൃതിയിൽ നിന്നുയർന്നു ഞാനെന്റെ
പ്രണയമായതിൽ വിടരും
സോപാനവീഥികൾ നിന്റെ ആത്മഹാരങ്ങളേന്തും
ഒരു രുദ്രവീണയിൽഎന്റെ മോഹരാഗങ്ങൾ പൊഴിയും
അതിലലിയാനായ് എൻ ചിലങ്കകൾ
ഇനിയും പുനർജ്ജനിക്കും
ശിവമെന്ന നാദമായെന്റെ നൂപുരങ്ങൾ മുഴങ്ങും
നടരാജ ധ്വനികളിൽ എന്റെ ആത്മരംഗങ്ങൾ നിറയും
ആദി മന്ത്രങ്ങളന്നുനീ നിന്റെ തന്ത്രിയിൽ ശ്രുതിചേർക്കും
സത്യമാം ശൈവ മന്ത്രങ്ങളെന്റെ ആത്മ സൗന്ദര്യമാവും
വിഷമൊഴുകുന്ന ജീവസാഗരം നിന്റെ നാമങ്ങൾ തിരയും
അമൃതേകുവാൻ വിഷമേറ്റു വാങ്ങിയാ
പ്രണയഗീതങ്ങൾ പാടും
ഇനിയും ഞാനലിഞ്ഞിടാം മൃതിയിലും തമസ്സിലും
പ്രണയമായ് അഗ്നിയായ് നീ പുനർജ്ജനിയേകുവിൽ

7. പ്രണയിക്കുക ജീവിതത്തെ

പ്രണയം
അത് അഗ്നിയാണ്
അത് പടരുമ്പോൾ ഇരുട്ടു സ്വയം അകന്നു പോകുന്നു.
മുന്നിൽ ഇരുട്ടു നിറയുമ്പോൾ കാലിടറുമ്പോൾ
പ്രണയിക്കുക ജീവിതത്തെ
പ്രണയം
അത് അഗ്നിയാണ്
അത് പടരുമ്പോൾ ഇരുട്ടു സ്വയം അകന്നു പോകുന്നു.
പ്രണയിക്കുക ജീവിതത്തെ
തളരാതിരിക്കാൻ
അന്ധകാരത്തെ ഭയമില്ലാതായിരിക്കുന്നു
.എന്നോ   തിളങ്ങുന്ന   നക്ഷത്രങ്ങളെ   പ്രണയിച്ചു
തുടങ്ങിയിരുന്നു.
പ്രണയം അത് ഉന്മാദം നിറഞ്ഞ ശക്തിയാണ്
അതിനു വേണ്ടി മഹായുദ്ധങ്ങൾ നടന്നിരിക്കുന്നു
ഇറ്റു വീഴുന്ന ഓരോ ചോരയിലും മുറിവിലും ഉന്മാദം കണ്ടെത്തി
പൊരുതി മുന്നേറുന്നു.
വേദന അതിനെ ജ്വലിപ്പിക്കുന്നു. ഊർജ്ജമേകുന്നു.
വീണ്ടും പൊരുതാൻ നേടൂന്നത് വരെ.
മുന്നിൽ അഹങ്കാരത്തിന്റെയും അസൂയയുടെയും പകയുള്ള
സർപ്പങ്ങൾ പുളയുമ്പോൾ വേട്ടയാടുമ്പോൾ
സ്വന്തവും ബന്ധവും ശത്രുക്കളെ പോലെ
രക്തത്തിന് വേണ്ടി മതി വരാതെ ദാഹിക്കുമ്പോൾ ,
ദയയ്ക്ക് വേണ്ടി യാചിച്ചു സ്വയം തളരുമ്പോൾ,
പ്രതിരോധിക്കാൻ പ്രണയിക്കുക ജീവിതത്തെ

വേദനയുടെ ഓരോ മുറിവിലും ഉന്മാദം അറിഞ്ഞു
അവരോടു സഹതപിക്കുക
പ്രണയിക്കുക ജീവിതത്തെ
പ്രണയം അത് ഉന്മാദം നിറഞ്ഞ ശക്തിയാണ്
അതിനു വേണ്ടി മഹായുദ്ധങ്ങൾ നടന്നിരിക്കുന്നു
ഇറ്റു വീഴുന്ന ഓരോ ചോരയിലും മുറിവിലും
ഉന്മാദം കണ്ടെത്തി പൊരുതി മുന്നേറുക.
വേദന അതിനെ ജ്വലിപ്പിക്കുന്നു. ഊർജ്ജമേകുന്നു.
വീണ്ടും പൊരുതാൻ, നേടുന്നത് വരെ
പ്രണയിക്കുക ജീവിതത്തെ
തോൽകാതിരിക്കാൻ
മരുഭൂമിയിലെ വരണ്ട കാറ്റും പൊള്ളുന്ന ഏകാന്തതയിലും
കാലുകൾ മുന്നോട്ടു ചലിക്കുന്നു.
കാരണം
കൊടും ചൂടിനെ പൊരുതി തോൽപിച്ച കള്ളിമുൾച്ചെടിയുടെ
സാഹസികതയെ എന്നോ പ്രണയിച്ചു തുടങ്ങിയിരുന്നു
പ്രണയം അത് ത്യാഗമാണ്, സഹനമാണ്
അതിൽ നിന്ന് മഹാകാവ്യങ്ങൾ ഉണ്ടായിക്കുന്നു.
വേദനയുടെയും കണ്ണുനീരിന്ന്റെയും കറുത്ത കനികൾ
കവിതയിൽ ചാലിക്കുമ്പോൾ മഹാകാവ്യങ്ങൾ ഉണ്ടാവുന്നു.
അതിന്റെ അർദ്രതയിൽ ഹൃദയത്തിൽ സംഗീതമുണരുന്നു.
ശിലയിൽ ശില്പം വിടരുന്നു.
കണ്ണുനീരിന്റെ ചൂട് പൊള്ളിക്കുമ്പോൾ
അവഗണനയുടെ നീറ്റൽ അസഹനീയമാവുമ്പോൾ,
അപമാനത്തിന്റെ ഭാരം താങ്ങാനാവാതാവുമ്പോൾ
പ്രണയിക്കുക ജീവിതത്തെ
പ്രണയം അത് ത്യാഗമാണ്, സഹനമാണ്
അതിൽ നിന്ന് മഹാകാവ്യങ്ങൾ ഉണ്ടായിക്കുന്നു.

വേദനയുടെയും കണ്ണുനീരിന്റെയും കറുത്ത കനികൾ
കവിതയിൽ ചാലിക്കുമ്പോൾ മഹാകാവ്യങ്ങൾ ഉണ്ടാവുന്നു.
അതിന്റെ അർദ്രതയിൽ ഹൃദയത്തിൽ സംഗീതമുണരുന്നു.
ശിലയിൽ ശില്പം വിടരുന്നു.
പ്രണയിക്കുക ജീവിതത്തെ തകരാതിരിക്കാൻ
അസ്തമയത്തിന്റെ മുറിവിൽ നിന്നുയരുന്ന ചുവപ്പിന്റെ
വിരഹത്തെ സഹിക്കാൻ പഠിച്ചിരിക്കുന്നു.
കാരണം അത് ഓർമ്മിപ്പിക്കുന്നത് ഉദയത്തെയാണ്.
ഉദയത്തിന്റെ നിറവും ചുവപ്പാണ്
പ്രണയം പ്രതീക്ഷയാണ്,പ്രകാശമാണ്
ഏതു വിഷാദത്തിൽ നിന്നു പിടിച്ചുയർത്തുന്ന സത്യമാണ്.
സ്വപ്നങ്ങളും മോഹങ്ങളും സ്വന്തവും ബന്ധവും ചാമ്പലായി
ചാരമായി മുന്നിൽ കിടക്കുമ്പോൾ
പ്രണയിക്കുക ജീവിതത്തെ
പ്രണയം പ്രതീക്ഷയാണ്, പ്രകാശമാണ്
ഏതു വിഷാദത്തിൽ നിന്നു പിടിച്ചുയർത്തുന്ന സത്യമാണ്.
പ്രണയിക്കുക ജീവിതത്തെ.
തകർന്നടിയാതിരിക്കാൻ
കത്തിത്തീർന്ന ചാരങ്ങൾ കാണുമ്പോൾ നിരാശ
തോന്നാതായിരിക്കുന്നു.
അതിൽ നിന്നുയരുന്ന ഒരു ഫീനിക്സ് പക്ഷിയുടെ ചിറകടിയെ
മോഹിച്ചു തുടങ്ങിയിരിക്കുന്നു.
അന്ധകാരം നക്ഷത്രങ്ങൾക്കു തിളക്കം നൽകി
ഉരുകുന്ന ചൂട് കള്ളിമുളൾച്ചെടിക്കു സാഹസികതയുടെ ശക്തി
നൽകി
ഉദയത്തിന്റ ചുവപ്പിനെ അസ്തമയവും ഓർമ്മിപ്പിക്കുന്നു
ചാരത്തിന്റെ വിഷാദം ഫിനിക്സ് പക്ഷിയുടെ
ചിറകടിക്കു ഗാംഭീര്യം നൽകി
അത് കൊണ്ട്

പ്രണയിക്കുക ജീവിതത്തെ
പ്രണയം
അത് അഗ്നിയാണ്
അത് പടരുമ്പോൾ ഇരുട്ടു സ്വയം അകന്നു പോകുന്നു.
മുന്നിൽ ഇരുട്ടു നിറയുമ്പോൾ കാലിടറുമ്പോൾ
പ്രണയിക്കുക ജീവിതത്തെ
പ്രണയം
അത് അഗ്നിയാണ്
അത് പടരുമ്പോൾ ഇരുട്ടു സ്വയം അകന്നു പോകുന്നു.
പ്രണയിക്കുക ജീവിതത്തെ
തളരാതിരിക്കാൻ

8. ശ്രീ ഒ എൻ വി കുറുപ്പിന്റെ ഓർമയ്ക്

തൂലികകളിൽ നിന്നൂർന്ന വീണ

അക്ഷരങ്ങളിൽ

പൈതൃകത്തിന്റെ ഗാംഭീര്യമുള്ള തേജസുണ്ടായിരുന്നു

അക്ഷരത്താളുകളിൽ നിന്നറിഞ്ഞ പാഠങ്ങളിൽ

ജീവിതംനെയ്തെടുക്കാനുള്ള അനുഭവങ്ങളുണ്ടായിരുന്നു.

ഇനിയും മരിക്കാത്ത ഭൂമിയുടെ വിലാപം

അക്ഷരങ്ങളിലാവാഹിച്ച് വേദനിച്ചിരുന്നു

അതിന്റെ പ്രതിധ്വനികൾ

മണ്ണിന്റെ മക്കളെ നോവിച്ചിരുന്നു

പേരറിയാത്ത പെൺകിടാവിന്റെ നേരിനെ

പ്രണയിച്ച മോഹങ്ങളേറെ

അന്യർക്കായി നീറിയൊടുങ്ങു ന്ന പെങ്ങളെ

കുറിച്ചോർത്ത് നോവുന്ന ചിന്തകളേറെ

ഒരു വട്ടം കൂടിയാ വരികളാൽ

ഓർമ്മകൾ തിരുമുറ്റത്തെത്തിയിരുന്നു.

കാവ്യങ്ങൾ അനശ്വരങ്ങളാവുമ്പോൾ

കവികൾ ചിരഞ്ജീവികളാവുന്നു.

കവി മഹാഗുരുവെന്നു കുറിച്ചു വച്ച കാലത്തിനു മുന്നിൽ

ഒരേടു കൂടി എന്നന്നേക്കുമായി അടയുമ്പോൾ

ആ മഹാപ്രതിഭയുടെ മുന്നിൽ

അമരത്വമാർജ്ജിച്ച കാവ്യങ്ങൾക്കു മുന്നിൽ

അന്തിമ പ്രണാമം

എങ്കിലും

എന്തൊക്കെയോകാലത്തിന്റെ ഗതിയിൽ

എന്നന്നേക്കുമായി ഊർന്നു പോകയോ
വീണ്ടെടുക്കുവാൻ
ഒരു പുനർജനിക്കായ് ഒരു വിളി
അദൃശ്യമായലിഞ്ഞു പോയി

എന്നന്നേക്കുമായി ഊർന്നു പോകയോ
വീണ്ടെടുക്കുവാൻ
ഒരു പുനർജനിക്കായ് ഒരു വിളി
അദൃശ്യമായലിഞ്ഞു പോയി

9. ഓർമകളിലൂടെ

എന്നോ ഞാൻ മറന്നൊരെൻ രാഗം
ഇന്നെന്റെ വീണയിൽ ശ്രുതി ചേർക്കുമ്പോൾ
താളങ്ങളറിയില്ല, ഭാവങ്ങളറിയില്ല
എങ്കിലും ഈണങ്ങളാകുവാൻ മോഹം.
ആരോ പാടിയ പാട്ടിന്റെ ശീലുകൾ
ഓർമയിലിന്നു മുഴങ്ങീടുമ്പോൾ
ഓർത്തെടുത്തൊരു ചെറുമാലയിൽ കോർത്തതിൽ
പൂക്കളായ് ഈഴചേർന്നിരിക്കുവാൻ മോഹം
ഇടറൂമി പാട്ടിനു,മറുമൊഴി യേകുവാൻ
കുയിലിറ്റിന്റെ നാദങ്ങളുണ്ടാകുമോ
ചായങ്ങൾ വാടിയൊരെന്റെ ചിത്രങ്ങളിൽ
ഇതളുകൾ വാടി തളർന്നൊരീ പൂക്കളിൽ
വസന്തമായ് ശലഭങ്ങലുണ്ടാകുമോ
അറിയാതെ പാടുന്നു, വിരൽ തന്ത്രിയിൽ മീട്ടുന്നു
ഹാരങ്ങളിഴ ചേർത്തു, ചായങ്ങൾ ചാലിച്ചു.
ഇനിയൊരു കുയിൽനാദം കേൾക്കുവാൻ മോഹം
ഇനിയൊരു ശലഭമായ് പറക്കാൻ മോഹം

10. എന്തെ നീ ഇങ്ങനെ

രാവിൽ മൂളും പക്ഷീ നിൻ പാട്ടിൽ മാത്രം
ശോകാർദ്ദമായൊരു ഭാവമെന്തേ
മേലെ വാനിൽ ഒരു താരം എന്നോടെന്തോ
മൂകമായ് വീണ്ടും പറഞ്ഞുവല്ലോ
പൂവും തേനും തേടും വണ്ടും പാടുന്നുണ്ടേ
പൂക്കാലം മെല്ലെ ചിരിക്കുന്നുണ്ടേ
കാടും മേടും താണ്ടും വേടൻ ചൊല്ലിയല്ലോ
കാടിന്റെ കഥയിലെ കിളിപാട്ടുകൾ
രാവിൽ മൂളും പക്ഷീ നിൻ പാട്ടിൽ മാത്രം
ശോകാർദ്ദമായൊരീ ഭാവമെന്തേ
മാനും മയിലുമാടും മൂവന്തിച്ചോപ്പിൻകീഴെ
ഞാനും എൻ പാട്ടും അലിഞ്ഞുവല്ലോ
കാറ്റും കുളിരും മഞ്ഞും കൂടെ കുയിലിൻപാട്ടും
കൂട്ടായ് നിനക്കൊപ്പം ചേരുമ്പോഴും
രാവിൽ മൂളും പക്ഷീ നിൻ പാട്ടിൽ മാത്രം
ശോകാർദ്ദമായൊരീ ഭാവമെന്തേ

11. നിനക്കായ് തുടിക്കുന്നുവെന്നന്തരംഗം

നിനക്കായ് തുടിക്കുന്നുവെന്നന്തരംഗം

നമിക്കുന്നു ഞാൻ നിന്റെ പാദാംബുജങ്ങൾ

നടരാജ പാദങ്ങളിലിന്നെൻ പ്രണാമം

നാട്യമായ് നടനമായ് നടരാജലീലയിൽ

നിറയാൻ തുടിക്കുന്നുവെന്നന്തരംഗം

നിനക്കായ് തുടിക്കുന്നുവെന്നന്തരംഗം

നറും പാൽ ഒഴുകുന്ന നിലാവിൽ അലിഞ്ഞു

നിൻ ജടയിൽ തുടിക്കുന്നുവെന്നന്തരംഗം

നിനക്കായ് തുടിക്കുന്നുവെന്നന്തരംഗം

നടനമായ് നീ നിറഞ്ഞാടുന്ന വേളയിൽ

നിൻചിലമ്പൊലിയിൽമിടിക്കുന്നുവെന്നന്തരംഗം

നിൻ പാദങ്ങൾ കുടികൊള്ളും കൈലാസഗിരികളിൽ

നിൻ ഡമരുവിൻ നാദങ്ങളുയരുന്ന വേളയിൽ

നാട്യമായ് നടനമായ് ഞാൻ നിറയും

നാട്യമായ് നടനമായ് നടരാജലീലയിൽ

നിറയാൻ തുടിക്കുന്നുവെന്നന്തരംഗം

നിനക്കായ് തുടിക്കുന്നുവെന്നന്തരംഗം

നിൻ പാദാംബുജങ്ങൾ പതിഞ്ഞ മണൽതരികളിൽ

നറുപുഷ്പങ്ങളാലർച്ചന ചെയ്തു ഞാൻ

നീ മണിവീണ മീട്ടുന്ന വേളയിൽ

നിറഞ്ഞാടാൻ തുടിക്കുന്നുവെന്നന്തരംഗം

നിനക്കായ് തുടിക്കുന്നുവെന്നന്തരംഗം

12. ജീവിതമേ നർത്തനം

ഇനിയും ജനിച്ചിടാം നിന്റെ നടനമായ് മാറുവാൻ
ഇനിയുമീ മായയിലൊരു കഥയായിടാം
നിന്നെ അറിയുവാൻ നിന്നിലലിയുവാൻ,
നിന്നെ അറിയുമ്പോൾ നിന്നിലലിയുമ്പോൾ
അവിടെന്റെ തപസ്സുലഞ്ഞു ഞാൻ വീണുടഞ്ഞു
ഗംഗാപ്രവാഹങ്ങൾ തുടി ചേർത്ത നാദങ്ങളിൽ
ആഗ്നേയമുണരുന്ന നിൻ രുദ്രതാളങ്ങളിൽ
ശൈവമന്ത്രങ്ങളുയരുന്ന സൗന്ദര്യകല്പങ്ങളിൽ
എന്റെ തപസ്സുലഞ്ഞു ഞാൻ വീണുടഞ്ഞു
എന്റെ ആത്മാവിലാളുന്ന നിൻ ഹോമകുണ്ഡങ്ങളിൽ
സർഗ്ഗസംഗീതമുണരുന്ന ആരണ്യയജ്ഞങ്ങളിൽ
പാപപുണ്യങ്ങളാഹൂതി ചെയ്യുന്ന പഞ്ചാഗ്നിയിൽ
എന്റെ തപസ്സുലഞ്ഞു ഞാൻ വീണുടഞ്ഞു
മൃതിയിലും പ്രണയമൊരു അഗ്നിയായ് പ്രണയമായ് പടരുന്നു
ശിലായിലും കാവ്യമൊരു ശില്പമായ് വിടരുന്നു
ചിദാനന്ദ രൂപമായ് നീ നടനമാടുമ്പോൾ
എന്റെ തപസ്സുലഞ്ഞു ഞാൻ വീണുടഞ്ഞു
നിന്റെ മിഴിയിൽനിന്നാളിപ്പടരുന്നൊരഗ്നിയിൽ
ദീപം തെളിഞ്ഞോരി കൽമണ്ഡപങ്ങളിൽ
എന്റെ മിഴിയിലെ നീറുന്ന അശ്രുവാലർച്ചന ചെയ്തു ഞാനാടുമ്പോൾ
എന്റെ തപസ്സുലഞ്ഞു ഞാൻ വീണുടഞ്ഞു
ഇനിയും ജനിച്ചിടാം നിന്റെ നടനമായ് മാറുവാൻ
ഇനിയുമീ മായയിലൊരു കഥയായിടാം
നിന്നെ അറിയുവാൻ നിന്നി ലലിയുവാൻ,

നിന്നെ അറിയുമ്പോൾ നിന്നിലലിയുമ്പോൾ അവിടെന്റ്
തപസ്സുലഞ്ഞു ഞാൻ വീണുടഞ്ഞു

13. സ്നേഹിക്കുവാൻ കേഴുന്ന മനസ്സുകൾക്കായ്

നിങ്ങൾക്കിപ്പോഴും പൂക്കളെ സ്നേഹിക്കാൻ കഴിയുന്നുവോ
മുന്നിലെ ഒരോ ജീവിയിലും നിഷ്കളങ്കമായ കൗതുകം
ബാക്കിയാവുന്നുവോ
കടലും നിലാവും നിങ്ങളെ ഭ്രമിപ്പിക്കുന്നുവോ
എങ്കിൽ
ഈ പ്രപഞ്ചശക്തിയുടെ കൈയൊപ്പ്
ഇന്നും നിങ്ങളുടെ ആത്മാവിൽ നിന്ന് മാഞ്ഞിട്ടില്ല
ആ സ്നേഹം പ്രവഹിച്ചു കൊണ്ടിരിക്കുന്നു.
പ്രണയിച്ചു കൊണ്ടിരിക്കുന്നു,
വിരഹമായി മാറിയാലും സുഖമുള്ള നോവാകുന്നു
നിങ്ങൾ പൂക്കളെ മറന്നു തുടങ്ങിയോ
മുന്നിലെ ഒരോ ജീവിയോടും പുച്ഛരം ബാക്കിയാവുന്നുവോ
കടലും നിലാവും ഒന്നുമല്ലാതെ ആവുന്നുവോ
നിങ്ങൾ ആത്മാവിനെ മറന്നു തുടങ്ങിയിരിക്കുന്നുവോ
എങ്കിൽ
ആ പ്രാപഞ്ചികശക്തി എന്തെന്ന് നിങ്ങൾ
പരിഹസിച്ചുകൊണ്ടതിൽ നിന്നകന്നു കൊണ്ടേയിരിക്കുന്നു.
പ്രണയം നഷ്ടമായികൊണ്ടിരിക്കുന്നു
പക്ഷേ അത് വിരഹവുമല്ല വികാര വുമല്ല
ഒരു നിർവികാരതയ്ക്കുമപ്പുറത്തുള്ള
അസുഖകരമായ നോവാകുന്നു

14. ഞാൻ ഒരു പെൺകിടാവ്
ഞാൻ ഒരു പെൺകിടാവ്

ഞാൻ ഒരു പെൺകിടാവ്

ഒരിക്കൽ

രാവേറെ പഠിച്ചു തളർന്നു

പകലൊന്നു മയങ്ങിയപ്പോൾ

അവരെന്നോട് പറഞ്ഞു, നീ പെണ്ണാണ്

ഈ ജോലികൾ ആരു ചെയ്യും

ഞാൻ ഒരു പെൺകിടാവ്

ഒരിക്കൽ

സന്ധ്യ മയങ്ങിയപ്പോൾ

തൊടിയിൽ നിലാവ് നോക്കി നിന്നപ്പോൾ

അവരെന്നോട് പറഞ്ഞു, നീ പെണ്ണാണ്

അസമയം പുറത്തിറങ്ങരുത്

ഞാൻ ഒരു പെൺകിടാവ്

ഒരിക്കൽ

ഭക്ഷണത്തിന് രുചിയില്ല

എനിക്ക് വേറെ മതിയെന്ന് പറഞ്ഞപ്പോൾ

അവരെന്നോട് പറഞ്ഞു, നീ പെണ്ണാണ്

നിനക്ക് രുചിഭേദങ്ങളെപ്പറ്റി പറയാൻ അവകാശമില്ല

ഞാൻ ഒരു പെൺകിടാവ്

ഒരിക്കൽ

ഇനിയും പഠിക്കണമെന്ന് ഞാൻ പറഞ്ഞപ്പോൾ

അവരെന്നോട് പറഞ്ഞു, നീ പെണ്ണാണ്

താലിചരടിനു സമയമായിരിക്കുന്നു

ഞാൻ ഒരു പെൺകിടാവ്

ഒരിക്കൽ

സ്വാതന്ത്ര്യം കിട്ടിയെന്നു എന്നെ പഠിപിച്ചവർ

അടിമത്തം അവസാനിച്ചെന്ന് എന്നോട് പറഞ്ഞവർ

മറുപടി പറയുമോ,. ആർക്കെല്ലാം

ഞാൻ പെണ്ണാണ്

എന്റെ   സ്വപ്നങ്ങളും   ചേതനയും   ഹോമിച്ചൊരു

തടിക്ഷണമായാടുകയാണോ

എൻ നിയോഗം

കാരണം ഞാൻ പെണ്ണാണ്

ഞാൻ ഒരു പെൺകിടാവ്

15. മയിലും ഞാനും

എഴുവർണങ്ങളൊളിപ്പിച്ച രശ്മികൾ
ഊർന്നു വരുന്നൊരാ പുലർ കാല സന്ധ്യയിൽ
എഴഴകുമായ് എൻ മുന്നിൽ വന്നൊരാ-
മാമയിലിനെ കണ്ടു മോഹിച്ചു ഞാൻ
പീലിനിവർത്തിയാടി കൊണ്ടങ്ങനെ
നീളെ പാടവരമ്പിലൂടോടി കൊണ്ടാഹാ -
ആ ചന്തമോ കണ്ടു മോഹിച്ചു നിന്നു ഞാൻ
ഓർമകളിലെന്റെ പുസ്തകത്താളിലന്നു ഞാൻ
കാത്തു സൂക്ഷിച്ച മയിൽപീലി തുണ്ടിന്റെ
ശേലുകൾ മുന്നിൽ പൂത്തുലയമ്പോൾ
ഓർത്തു ഞാനന്നാ മയിൽപീലിതുണ്ടെന്നെ
മോഹിപ്പിച്ചെന്നെ മയിലിനെ കാണുവാനായ്
ഇന്നിതാ വന്നിതു മുന്നിൽ നിൽക്കുന്നു
സർഗ്ഗ സ്വപ്നങ്ങൾക്കേഴു വർണങ്ങളും നൽകി
ചാരുതയാർന്നു പൂത്തുലഞ്ഞു നിൽക്കുണു
ഏറെ സന്തോഷത്തോടെ ചാരെ ചെന്നപ്പോഴോ
അയ്യോ എൻ നെഞ്ചിലൊരാളലുണ്ടായതോ
ആധിവ്യാധികൾ നിറഞ്ഞൊരാ മിഴികൾ തൻ
ദൈന്യത കണ്ടുവെൻ ഹൃദയം നുറുങ്ങിയോ
സ്വപ്നങ്ങൾ പാടി പുകഴ്ത്തിയ മാമയിലാ -
നന്ദമാടുന്ന കാഴ്ചകളല്ലല്ലോ
കൂടും മേടും തകർന്നൊരാ ജീവിതൻ ദൈന്യത
ആരോടു ചൊല്ലേണ്ടു എങ്ങനെ പറയേണ്ടു
കാടുകൾ വെട്ടിത്തളിച്ചവർ , മാമയി -
ലോടിക്കളിച്ച കുന്നുകളടർന്നു പോയ്

നാട്ടിലേക്കോടി പലായനം ചെയ്തവർ
പാടവരമ്പത്ത് കേണുകൊണ്ടലയുന്നു
നായും കുറുക്കനും പിന്നാലെ പായുമ്പോൾ
പ്രാണരക്ഷാർത്ഥം പരക്കം പായുന്നു
കൂടില്ല മേടില്ല ആടുവാൻ കാടില്ല
ക്രൂരരാം മാംസദാഹികൾ നടുവിലായ്
കേഴുന്ന മാമയിൽ വേദന തിന്നുന്നു.
ആദ്യമായ് പുസ്തക താളിലെ യാമയിൽ
പീലി തുണ്ടെന്നെയാകെ പൊള്ളിച്ചു
ആയിരം ഗോപുരങ്ങളുയർത്തുവാൻ
ആയിരം വികസന സ്വപനങ്ങൾ കാണുവാൻ
കാടുകൾ മേടുകൾ വെട്ടിത്തളിക്കുമ്പോൾ
ഇനിയെത്ര മയിലുകളോടിയൊളിക്കണം
കാലത്തിനും വേണ്ടാത്തയീ പാവങ്ങളോ -
ടെന്തു ചെയ്യേണ്ടു ചൊല്ലേണ്ടുവിന്നു ഞാൻ
ഇനിയൊരു തലമുറ തന്നുടെ പുസ്തക -
താളിലൊളിക്കുവാൻ പീലിയുണ്ടാകുമോ
അവരുടെ കാലത്ത് മയിലുകളുണ്ടാവുമോ
മയിലെന്തെന്നോർത്തവർ ആശ്ചര്യമോതുമോ

16. കൊറോണ

കാലം അതൊരു വലിയ ശക്തിയാണ്
അതിന്റെ നിഗൂഡതയിൽ
എന്തൊക്കെ ഒളിച്ചിരിക്കുന്നുവെന്നു
ആരുമറിഞ്ഞില
ഒരിക്കൽ കാലത്തിന്റെ കാരാഗൃഹത്തിൽ നിന്നും
മന്ത്രചരടുകളിൽനിന്നും സ്വതന്ത്രനായ ഭൂതത്തെപ്പോലെ
കൊറോണ കടന്നു വന്നു.
കൊട്ടാരത്തിൽ കഴിഞ്ഞവർ കോടികൾ സമ്പാദിച്ചവർ
കാലത്തിനു മുന്നേ കണക്കു കൂട്ടി വച്ചവർ
നിപ്പയെയ്യും കൊറോണയെയും പേടിച്ചു കഴിഞ്ഞപ്പോൾ
അവരുടെ കൂറ്റൻ മതിലുകൾക്
വൈറസിനെ തടുക്കാനുള്ള ശക്തിയില്ലാതയിരിക്കുന്നുവന്നു
കാലം തെളിയിച്ചു
അന്തപുരങ്ങളിൽ അന്തിയുറങ്ങിയവരും
കുടിലിന്റെ ഇട്ടാവെട്ടത്തിൽ നെടുവീർപ്പിട്ടവരും
ഒരുപോലെ ആ വെറുക്കപെട്ട മരണത്തെ ഭയന്നു
ആർക്കും വേണ്ടാതെ ആരാലും കാണാതെ
ഭയത്താൽ മൂടികെട്ടി കൊണ്ടു കളയുമ്പോൾ
ദരിദ്രനുമില്ല ധനികനുമില്ല കുടിലുമില്ല കൊട്ടാരവുമില്ല
കുതിച്ചോടി കൊണ്ടിരുന്ന മനുഷ്യജീവിതങ്ങളിൽ
ചങ്ങല കൊണ്ട് വരിഞ്ഞു മുറുക്കി കൊറോണ നിന്നപ്പോൾ
പകച്ചു നിന്ന മനുഷ്യനേട്ടങ്ങളിൽ
എണ്ണിയെടുത്തതെല്ലാം വ്യർത്ഥമായി
മനുഷ്യനെ ചങ്ങലകളാൽ ബന്ധിച്ച കൊറോണ
പുഴകളിൽ തെളിനീരോഴുക്കി

മനുഷ്യന്റെ ആർത്തിയുടെ മാലിന്യങ്ങളും
തിരക്കിന്റെ അസ്വാരസ്യത്തിന്റെ വിഷവാതകങ്ങളും
കൊറോണയുടെ കാലം തൂത്തു തുടച്ചു
മനുഷ്യന്റെ അഹന്തയെ ചങ്ങലക്കിട്ടു
മനുഷ്യനെ യെത്ര നിസ്സഹായനാക്കാമെന്ന്
നേട്ടത്തിൻ   കൊടുമുടിയിൽ   പോലും   ബന്ധിച്ചു
നിർത്താനാവുമെന്നും
വീണ്ടും തെളിയിക്കാനായ് കൊറോണ വന്നു
നാഴികക്കല്ലുകൾ പിന്നിട്ട ശാസ്ത്രമിതി
നോരു   പോംവഴി   ഇനിയും   നിർമിച്ചീടാംബന്ധിച്ച
ചങ്ങലെകെട്ടുകൾ പൊട്ടിച്ചെറിഞ്ഞിടാം
എങ്കിലും ഓർമകൾക്കിടയിൽ ഭീതിയായ്
എന്നും കൊറോണ കുറിച്ച് വയ്ക്കുന്നു
മനവ നേട്ടങ്ങൾ എത്ര തന്നാകിലും
കോടികൾ കൊണ്ട് കൊട്ടാരങ്ങൾ തീർത്താലും
കാലത്തിൻ മൂടുപടം തള്ളിമാറ്റി കൊണ്ടി
നിയും ഭൂതങ്ങൾ പുറത്തേക്കു ചാടീടാം
മാനവരാശിയെ ചങ്ങലക്കിട്ടീടാം
ഓർക്കുവാനൊരു പാഠമെന്നുമിരിക്കട്ടെ
ഒരു കൊറോണയ്ക്കെല്ലാം തിരുത്താ-
മെന്നാ പാഠത്തിനടിവരയിടട്ടെ
കാലത്തിൻ ശക്തിയെ മറന്നീടാതാവട്ടെ

17. ദേവിസ്തുതി

അർദ്ധനാരീശ്വര രൂപത്തിനുള്ളിലെ
ശക്തിയായി വാഴുന്ന തത്വമെ ശരണം
ശക്തിയായി വാണുകൊണ്ടർദ്ധനാരീശ്വര
നുണ്മയുയർത്തുന്ന ഭാവമെ ശരണം
അണുവിൽ നിന്നാ പരമാണു വിലേക്കുള്ള
പ്രണയത്തിൻ സങ്കല്പ സൗധമെ ശരണം
മായയാം ധൂമത്തെത്തുളച്ചപ്പുറം പോകുവാ
നാശ്രയമാകുമാ സൂക്ഷ്മപ്രകാശം നീ
ആടിത്തലരും ചിലങ്ക തൻ ആത്മാവിലേറി
തുടിക്കൊന്നരനുഭൂതിയാണ് നീ
ആരണ്യകങ്ങളിൽ ഏകമായലയുന്ന
ആത്മദാഹങ്ങൾക്കുമവസാനവും നീയേ
സാമവും വേദവും കാലവും ബ്രഹ്മവും
താളവും ഭാവവും നാട്യ ശാസ്ത്രവും നീ
സൃഷ്ടിയും സംഹാരവും സത്യവും നീതിയും
മന്ത്രവും മമതയും രക്ഷയും ശിക്ഷയും നീ
അർ ദ്ധനാരീശ്വര രൂപത്തിനാധാരമായ്
ശക്തിയായ് ദേവനിൽ സത്യമേവുന്നതും നീ
ഉണരൂ നീ അഗ്നിയായ് ഓംകാരമായ് ഉയരൂ നീ
തവ പ്രഭയിൽ അലിയും ഞാൻ പുനർജനിച്ചീടുവാൻ
ഇനിയും നിൻ നടകളിൽ പുനർജനിച്ചീടുവാൻ

18. ഇനിയും ജനിച്ചീടാം

എന്നും എന്റെ സംഗീതമയിരുന്നാലും
കാൽചിലങ്കകൾക്കൊപ്പം ഉള്ള ഓരോ
ചുവടിലും അപൂർവമായ ഒരു അനുഭൂതി ഞാനറിയുന്നു.
ഓരോ നൃത്തച്ചുവടിലും നർത്തകി നൃത്തം ആയി മാറുന്നു.
മറ്റൊന്നുമറിയാതെ പവിത്രമായ അനുഭൂതിയിൽ
മുദ്രകൾക്കൊപ്പം ചലിക്കുമ്പോൾ ഞാനോ നീയോ ഇല്ല .
. സർവം പരമാനന്ദം മാത്രം.
ജീവാത്മാവും പരമാത്മാവും
തമ്മിലുള്ള പ്രണയലീല
ആടുന്ന ചിലങ്കകൾക്കൊപ്പം പൂവണിയുന്നു.
എന്നോ ആത്മാനുഭൂതിയിൽ നിന്നകന്നു പോയ
ചൈതന്യത്തെ വീണ്ടും ആവാഹിക്കുവാൻ
പവിത്രമായ പ്രണയത്തിന്റെ അഗ്നിയിൽ
സ്വയം എരിഞ്ഞു അവളാടുന്നു.
വിരഹത്തിന്റെ തീവ്രവേദനയുടെ നിശ്വാസം
ഓരോ ചുവടിലും അറിയുന്നുണ്ട്.
അതറിയാനായ്
ഇനിയും ജനിച്ചീടാം
എന്നും എന്റെ പ്രണയം ആയിരുന്നാലും.
ഞാൻ നിന്റെ അംശം ആണ് ഞാനതറിയുന്നു.
എനിക്ക് നിന്നിലലിയേണ്ട
അകന്ന് നിന്ന്
നീയാകുന്ന പ്രണയം നുകർന്ന് നിർവൃതിയിലലിയാൻ
ഇനിയും ജനിച്ചീടാം
മധുരമാകുന്നതെന്തിന്

മധുരം നുകരുന്നതേ മനോഹരമെന്ന കവിവാക്കിനൊപ്പം
നീയാം മധുരം നുകരുവാൻ
ഞാനൊരു ശലഭമായി തീർന്നീടാം
ഇനിയും ജനിച്ചീടാം
എന്നും എന്റെ നൃത്തത്തിന്റെ താളം ആയിരുന്നാലും
എത്ര ജന്മം ഉണ്ട് എങ്കിലും നിന്റെ നാമത്തോടു ചേർന്നു
നിൽക്കണം .
നിനക്കൊപ്പം ആ നൂപുരധ്വനികളിൽ അലിഞ്ഞു ചേരണം
മറ്റൊന്നും ആഗ്രഹിക്കുന്നില്ല.
പ്രകൃതിയിൽ ഒരു താളം ഉണ്ട്.
വിരിയുന്ന പൂവിലും അലയടിച്ചുയരുന്നതിരാമാലകളിലും
സൗരയൂഥ്ത്തിലെ ഗോളങ്ങളിലും ഉണ്ട് ആ താളം.
നൃത്തം അത് സൃഷ്ടിയുടെ താളം ആണ്.,സംഹാരത്തിന്റെയും.
അതിൽ ജന്മവും പുനർജന്മവും അലിഞ്ഞു ചേരും.
അതിനായ്
ഇനിയും ജനിച്ചീടാം

19. നിനക്കായി ഈ ഗാനം

പാരിജാതം പൊഴിഞ്ഞു തേൻ കിനിഞ്ഞൂ
പാരിജാതപൂക്കൾ പൊഴിയുന്നെരെന്റെ മലർവാടിയിൽ
പൂ വിരിഞ്ഞു തേൻ കിനിഞ്ഞു അന്നെന്റെ മണിവീണയിൽ
നീയുതിർത്തൊരാ ഗാനം വിരഹമെരിയുന്ന ഭാവം
നിൻ മിഴികളിൽ ഞാനറിഞ്ഞു എൻ നൂപരങ്ങളുണർന്നു
എന്റെ   നൂപുരങ്ങളുണർന്നു   ആദ്യമായെന്റെ
നൂപുരങ്ങളുണർന്നു
നീയുതിർത്തൊരാ ഗാനം വിരഹമെരിയുന്ന ഭാവം
എൻ നൂപുരങ്ങളലഞ്ഞു എന്റെ നൂപുരങ്ങളലഞ്ഞു
അത് തേടി എന്റെ നൂപുരങ്ങളലഞ്ഞു
എരിവേനലയായ്   നീ   പടർന്നുവെങ്കിലും   ഇതളുകൾ
കരിഞ്ഞുവെങ്കിലും
എൻ നൂപുരങ്ങളലഞ്ഞു എന്റെ നൂപുരങ്ങളലഞ്ഞു
അത് തേടി എന്റെ നൂപുരങ്ങളലഞ്ഞു
എരിവേനലിൽ ഞാൻ തളർന്നു ഇതളുകൾ കരിഞ്ഞു
പുതുമഴയായ് നീ അണഞ്ഞു വസന്തമായി ഞാൻ ഉണർന്നു
അന്നു നീയുതിർത്തൊരാ ഗാനം വിരഹമെരിയുന്ന ഭാവം
എൻ നൂപുരങ്ങളലഞ്ഞു എന്റെ നൂപുരങ്ങളലഞ്ഞു
അത് തേടി എന്റെ നൂപുരങ്ങളഞ്ഞു
അഗ്നിയിൽ   ഞാൻ   എരിഞ്ഞുവെങ്കിലും   ചിറകുകൾ
കരിഞ്ഞുവെങ്കിലും

എൻ നൂപുരങ്ങളലഞ്ഞു എന്റെ നൂപുരങ്ങളലഞ്ഞു
അത് തേടി എന്റെ നൂപുരങ്ങളഞ്ഞു
വിഷമുനകൾ തറഞ്ഞു വിരഹമായ് ഞാൻ തളർന്നു
വിഷമെന്നിൽ പടർന്നു
ചുവടുകൾ മുറിഞ്ഞു എൻ നൂപുരങ്ങൾ തളർന്നു
എവിടെ നീയെന്നലഞ്ഞു
സാഗരങ്ങൾ കഴിഞ്ഞു ആരണ്യകങ്ങൾ മറഞ്ഞു
ഗിരിനിരകളിൽ ഞാൻ തളർന്നു അക്ഷരങ്ങളിൽ തിരഞ്ഞു
എവിടെ നീയെന്നലിഞ്ഞു
വിരഹമായ് ഞാൻ തളർന്നു വിഷമെന്നിൽ പടർന്നു
ചുവടുകൾ മുറിഞ്ഞു എൻ നൂപുരങ്ങൾ തളർന്നു
എൻ മിഴികളും വരണ്ടു മിഴിനീർ പോലും മറന്നു
എൻ മിഴികളോ അടഞ്ഞു മൃതിയിലും ഞാൻ അലിഞ്ഞു
നീയുതിർത്തൊരാ ഗാനം വിരഹമെരിയുന്ന ഭാവം
സംഗീതമായ് പടർന്നു
എൻ നൂപുരങ്ങളുണർന്നു
വീണ്ടുമെന്റെ നൂപുരങ്ങളുണർന്നു
എൻ മിഴികൾ വീണ്ടും തുറന്നു
നീയെന്നെരികിലണഞ്ഞു
നീൻ നീലഗള തിൽ നിന്നുണർന്നു
നിൻ അനശ്വര പ്രണയ ഗാനം
അമൃതമേകും ഗാനം
നിന്നെ ഞാൻ അറിഞ്ഞു നിൻ പ്രണയം ഞാൻ അറിഞ്ഞു
എന്നെ ഞാൻ അറിഞ്ഞു.
നിന്റെ പ്രണയം ഞാൻ അറിഞ്ഞു
എൻ നൂപുരങ്ങളുണർന്നു
വീണ്ടുമെന്റെ നൂപുരങ്ങളുണർന്നു
പാരിജാതപൂക്കൾ പൊഴിയുന്ന നിന്റെ മലർവാടികൾക്കായി
പൂ വിരിഞ്ഞു തേൻ കിനിഞ്ഞു

അതിലമൃതു പകരുവനായ്

നീയുതിർത്തൊരാ ഗാനം നിൻ വിരഹമെരിയുന്ന ത്യാഗം

വൈരാഗ്യമേ പ്രണയം

അമൃത് പകരുവാനായ്

നീയുതിർത്തൊരാ ഗാനം നിൻ വിരഹമെരിയുന്ന ത്യാഗം

വിഷവും തളർന്നൊരാ ത്യാഗം

നീലഗളമായതിൽ നിത്യ സംഗീതമായ്

എന്നുമമൃത് പകർന്നു.

വൈരാഗ്യമേ പ്രണയം

വിഷവും തളർന്നൊരാ ത്യാഗം

അനശ്വരമേ നിൻ പ്രണയം അമൃതും പോലും നിഷ്പ്രഭം

അനശ്വരമേ നിൻ ത്യാഗം വിഷവും ഇവിടെ നിഷ്പ്രഭം

എന്നെ ഞാൻ അറിഞ്ഞു

നിന്റെ പ്രണയം ഞാൻ അറിഞ്ഞു

നീയുതിർകുമീ ഗാനം പ്രണയമാളുന്ന ഭാവം

എൻ നൂപുരങ്ങളാടുന്നു

എൻറെ നൂപുരങ്ങളാടുന്നു

നിനക്കായ് എന്റെ നൂപുരങ്ങളാടുന്നു

പാരിജാതം പൊഴിഞ്ഞു തേൻ കിനിഞ്ഞു

വീണ്ടും

പാരിജാതം പൊഴിഞ്ഞു തേൻ കിനിഞ്ഞു